Ang Saligan ng Pananampalataya

CHILDREN'S COLORING BOOK

ALL NATIONS INTERNATIONAL

Ang Saligan ng Pananampalataya Children's Coloring Book
Copyright © 2020 by All Nations International

All rights reserved. No part of this book may be reproduced or transmitted in any form or by any means without written permission from the author.

ISBN: 978-1-950123-71-1

Transalted by: Laarni Ubayubay
Editor: Edita Bagtas

Unless otherwise indicated, all Scripture quotations are taken from the Holy Bible, Magandang Balita Biblia © Philippine Bible Society 2012.

Isaiah 58 Mobile Training Institute is available for use in training programs. For more information or to order additional copies of this manual:

email: is58mti@gmail.com
contact us: www.all-nations.org
online course: is58mti.org

Cover Art: Julian V. Arias, Eve L.R. Trinidad, Teresa Skinner

PAGTATALAGA

Sa mga nais makaalam. ngunit ni minsan ay hindi nagkaroon ng tagapagturo.

Sa mga hinahanap ang tamang kasagutan. upang sila ay mabuhay alinsunod dito.

Sa mga nais makaalam "Ano ang susunod?"

Sa mga alam na tagapagturo sila. ngunit hindi alam kung ano ang ituturo.

Sa mga hinahanap si Kristo sa atin ang Pag-asa ng Kaluwalhatian.

Sana ay maipakilala sa inyo ng aklat na ito si HesuKristo at

Naway sumainyo ang kapayapaan na inihanda na Niya sa inyo noon pa man.

SINO ANG DIYOS?

Ang akala natin ang Diyos ay nilikha na kagaya natin. Hindi.
Tayo ang **nilikha na kagaya Niya.**
Noon pa man. Kahit hindi pa tayo nililikha.
Siya ay walang simula at walang katapusan. Nilikha ng Diyos ang lahat; ang langit at lupa at ang lahat ng mga bagay na may buhay. Nilikha din ng Diyos ang Tao.

ANG DIYOS ANG LUMIKHA

Sa pasimula, nilikha ng Diyos ang langit at lupa sa loob lang ng pitong araw:

Unang Araw: Nilikha ng Diyos ang Liwanag at hiniwalay ito sa Dilim.

Ikalawang Araw: Nilikha ng Diyos ang Kalangitan.

Ikatlong Araw: Nilikha ng Diyos ang Mundo, Dagat at mga Halaman.

Ika-apat na Araw: Nilikha ng Diyos ang Araw, Buwan at mga Bituin.

Ikalimang Araw: Nilikha ng Diyos ang mga Ibon at mga hayop sa karagatan.

Ika-anim na Araw: Nilikha ng Diyos ang mga hayop sa lupa at ang Tao.

Ikapitong Araw: Siya ay nagpahinga.

Nang nilikha ng Diyos ang Tao, hinubog niya ito gamit ang alabok sa lupa. Pagkatapos niyang hubugin ang Tao, hinipan niya ito at nabigyan ng buhay, huminga ang nilalang. Ito ang nagpa espesyal sa atin sa Diyos.

Salmo 145:8, "Ang panginoon ay mapagbiyaya, at puspos ng kahabagan; banayad sa pagkagalit, at dakila sa kagandahangloob."

Nais ng Diyos ang Pinakamabuti para sa inyo. Ang Bibliya ang salita ng Diyos na naisulat upang maintindihan ng mga tao ang Kanyang mga gawa at ang Kanyang mga utos.
Ang Diyos ay maawain, mapagbigay, at hindi madaling magalit, puno ng kabutihan, pagmamahal, at katotohanan.

Pagkatapos likhain ng Diyos ang lupa, nilikha Niya ang halamanan at naglagay ng Tao dito. Isipin mo ang lugar na ito: Ang pinakamagandang halamanan, o liwasan kung saan walang sakit, pagdurusa at paghihirap! Tumutubo na ang lahat ng kailangan mong kainin dito ng walang kahirap-hirap. Ang mga hayop ay nagkakaintindihan. Walang sinuman ang nag-aaway o nagagalit; walang masamang ugali at walang masasakit na mga salita. Ang Diyos at Kanyang mga tao ay naglalakad at nag-uusap sa halamanan sa malamig na gabi.
Ang lahat ay walang Kapintasan.
Ito ang ginawa ng Diyos sa pasimula, para sa mga taong mahal Niya.

SAAN NANINIRAHAN ANG DIYOS?

Ang Diyos ay naninirahan sa Langit at sa ating mga puso. May sarili Siyang kaharian. Mayroong sariling kultura at sariling paraan ng pagpapahayag sa Kanyang sarili. Hindi natin Siya maaaring pigilan.

SIYA ANG DIYOS.

Gumuhit ng larawan ng Panginoon sa Langit

Gumuhit ng larawan ng Diyos sa loob ng iyong puso

ANO ANG KULAY NG DIYOS?

Ang Diyos ang Liwanag, Ang Liwanag ay nagtataglay ng lahat ng kulay.
Ang Diyos ay hindi maputi, kayumanggi, dilaw o maitim. **Ang Diyos** ay ang lahat ng kulay. Nilikha tayong lahat na kagaya Niya.

Mahalaga na malaman natin kung sino ang Diyos at nais Niyang maglakad at makipag-usap sa atin. Nais ng Diyos na makilala Siya ng mga alagad Niya.

Scripture Memory: *Kaniyang pinababatid ang kaniyang mga daan kay Moises, ang kaniyang mga gawa sa mga anak ni Israel. Salmo 103:7*

ANO ANG IBIG SABIHIN NA NILIKHA KA SA WANGIS NG DIYOS?

Kapag may nagsabi sa iyo, "Katulad ka ng Ama mo," ang ibig nilang sabihin ay nagsasalita, naglalakad, nag-iisip at kumikilos ka ng katulad ng iyong Ama o meron kang mga natatanging kakayahan na ginagawa niya. Nang nilikha tayo ng Diyos, binigyan niya tayo ng mga kakayahan o katangian na mayroon Siya.

Mayroon tayong espiritwal na kakayahan upang makilala ang Diyos, upang makipag-usap sa kanya, at upang malaman na nandiyan ang kanyang presensya.

Mayroon tayong malayang pagpapasiya- maaari tayong pumili.
Mayroon tayong pagkamalikhain- makakagawa tayo.
Mayroon tayong Kaalaman- maaari tayong magisip, matuto, at makaintindi.
Mayroon tayong karapatan at kapangyarihan – makakapag-utos tayo (patnugot, pangasiwa)

SINO ANG NAG-IISANG KAAWAY NG DIYOS?

May nag-iisang kaaway ang Diyos; siya ay masama at galit sa Diyos at sa mga alagad niya. Gagawin ng kaaway na ito ang lahat ng kanyang makakaya upang pigilan ang plano ng Diyos. Ang kalabang ito ay si Satanas o Ang Demonyo.

Dumating siya sa Halamanan ng Eden at nag-anyong ahas, upang magsinungaling kay Adan at Eba. Nakinig naman si Adan at Eba sa kanya at sila ay nagkasala. Pagkatapos noon, hindi na nila maka-usap at makasabay sa paglalakad kasama ang Diyos. Ang mundo ay naging pangit na lugar upang tahanan dahil sa mga kasalanan.

Sinabi ng Diyos kay Adan at Eba kung ano ang mangyayari sa kanila sa sandaling hindi sila makinig.

Tinawag itong "Kamatayan."

NGAYON, ang mga lalaki ay ipinanganak na higit na may pagkakataong magkasala… naroon yan sa kanilang DNA.

Ang tao ay nawalan ng lakas ng loob upang piliin ang tama, at sila ay naging alipin ng kasalanan. Nahiwalay sila sa Diyos.

Nais ng Diyos na maging anak ka din Niya. Mahal ka ng Diyos at nais Niyang makilala mo Siya at malaman mo ang Kanyang mga kaparaanan. Sasagipin ka niya sa kasinungalingan ng Demonyo at pagkakagapos sa kasalanan. Nais ng Diyos na ibalik sa iyo ang mga natatanging katangian na ibinigay din Niya kay Adan. Nais ng Diyos na ibalik ka sa "wangis ng Diyos." Ikaw ay magiging alagad Niyang muli at Siya ang iyong magiging Diyos. Matututo kang makilala Siya, maglakad kasama Siya at maka-usap Siya.

ANO ANG KASALANAN?

Itanong mo sa iyong sarili ang mga katanungang ito:

- Ito ba ay sinasabi ng Diyos na masama?
- Ginagawa ka ba nitong sakitin o hindi mabuti ang katawan ?
- Lagi mo bang sinasabi sa sarili mo na tama ito?
- Nararamdaman mo bang masama ito kapag sinisimulan mo na itong gawin?
- Lagi mo bang pinipigilan ang sarili mo sa paggawa nito?
- Kasalanan ba ito?

KASALANAN ANG NAGHIHIWALAY SA ATIN SA DIYOS.

Nais ng Diyos na mag balik loob tayo sa Kanya, upang makapaglakad at makapag-usap Siya sa atin gaya ng ginawa Niya sa Halamanan ng Eden kasama si Adan at Eba.

ANO ANG DAPAT NATING GAWIN SA KASALANAN?

- Tumakbo ka palayo sa kasalanan!
- Sabihin mong Oo sa Diyos!
- Sabihin mong Hindi sa Demonyo.
- Maging malapit ka sa Diyos.
- Panatilihing malinis ang iyong puso.
- Ayusin ang iyong pag-iisip: Huwag na!
- Humingi ka ng tawad sa Diyos.
- Papasukin ang Diyos sa iyong buhay.

Gumuhit ng larawan na nagpapakita kung ano ang dapat gawin sa kasalanan:

ANO ANG DAPAT NATING GAWIN KAPAG TAYO AY NAGKASALA?

Kailangang makita natin ang ating kasalanan sa paraan kung paano ito nakikita ng Diyos.

Magsisi tayo.

ANO ANG PAGSISISI?

Ang pakiramdam na ikaw ang may kasalanan ay hindi Pagsisisi. Ang Pagsisisi ay pagtanggap na tayo ay nagkasala. Pamamaraan ng Diyos. Kapag ginawa natin ito, magdaramdam tayo at sasama ang loob sa nagawang kasalanan at hindi na natin ito uulitin.

Kung minsan, kailangan nating tumakbo palayo sa kasalanan.

PAANO KUNG MADALI TAYONG MAGKASALA?

Ang dahilan kung bakit pinadala ng Diyos ang kanyang nag-iisang anak na si Hesus, upang mamatay sa krus para sa atin, ay dahil madali tayong magkasala. Kung hihingi tayo ng tawad sa kanya, bibigyan niya tayo ng kapangyarihan na magwagi sa kasalanan. Masisiyahan dito ang Diyos.

KASALANAN din na hindi gawin ang mga bagay na dapat gawin.
Binigyan tayo ng Diyos ng mga utos at mga tagubilin na susundin para sa ating kabutihan. Ito ay upang maging karapatdapat tayong tawaging mga anak Niya. At makatutulong din ito sa iba. Kapag hindi natin susundin ang Diyos, tayo ay magkakasala.

Ano ang hinihiling ng Diyos na gawin mo?

SINO SI HESUS?

Tayong lahat ay nagkasala, ano ngayon ang pwede nating gawin? Ang kasalanan ang nakapaghihiwalay sa atin sa Diyos na lumikha sa atin. Kung minsan pakiramdam natin ay nakahiwalay tayo sa Kanya at kailangang magpatuloy sa paglalakbay sa paghahanap sa Panginoon.

Bakit tayo nahiwalay sa Diyos?
Ang Diyos ang lumikha ng buong sanlibutan, naglakad kasama si Adan at Eba sa halamanan. Si Adan ay nagkasala. Ang kasalanan ni Adan ang naghiwalay sa kanya at lahat ng kanyang mga kalahi sa Diyos. **Naiwang mag-isa at isinumpa si Adan at Eba.**

Sino si Hesus?

Si Hesus ang anak ng Diyos.

Si Hesus ang Emmanuel 'ang Diyos ay suma atin.'
Pinadala ng Diyos si Hesus upang maging "Natatanging Handog." Naging tao si Hesus upang iligtas ang mga tao.

Si Hesus ang naging handog para sa ating mga kasalanan. Namatay si Hesus para sa ating kasalanan, ng sa gayon hindi na natin kailangang mamatay ng walang Diyos.

Hindi lamang hinugasan ni Hesus ang ating kasalanan, kinuha pa niya ang mga dati na, kasalukuyan at hindi pa nagagawang kasalanan at ginagawa ng ating mga puso upang hindi na tayo magpatuloy na mamuhay na makasalanan.

Dinala tayo ni HESUS pabalik sa Diyos. Ang Natatanging sakripisyo ni Hesus ang dahilan kung bakit siya ang ating naging Tagapagligtas.

ANO ANG PAGSISISI?

Naintindihan na natin ngayon na mayroon tayong problema. Kasalanan ang naghiwalay sa atin sa Diyos.

Paano tayo makararating sa pagdadalhan sa atin ng Diyos?

Ano ang Problema?
Dahil sa kasalanan ni Adan at Eba, ang lahat ay ipinanganak na hiwalay sa Diyos!

Ano ang Kasagutan?
Ang Pagsisisi!

Ang Pantaong panghihinayang ay hindi PAGSISISI
Hindi natin maaaring basta panghinayangan ang mga bagay na nagawa nating mali. Kailangan nating humingi ng pagbabago upang hindi na tayo magpatuloy sa paggawa ng mali. Kailangan natin ng makadiyos na pagsisisi.
MAKADIYOS NA PAGSISISI- Ang makadiyos na pagsisisi ay bunga ng kasagutang nauukol sa kalagayan.

Mayroon ka bang nais na pagsisihan?
Tinanong mo ba si Hesus, ang Natatanging handog na pumasok sa iyong puso at bigyan ka ng bagong buhay? Hinayaan mo ba ang sarili mong magkasala at sa halip na gawin mo ang sa tingin mo ay tama ay hindi iniisip ang mga sinasabi ng Diyos na tama? Baka kailangan mong manalangin at humingi ng tawad sa Kanya. Simulan mo ng magbagong buhay ngayon na.

ANO ANG KALIGTASAN?

Ang kaligtasan – ang handog na dumating kapag tinanggap mo si Hesukristo, ang "Natatanging Handog," ang nagdala sa atin pabalik sa Diyos, pabalik kung saan tayo nararapat, at sa Langit kapag tayo ay namatay na.

BAKIT kailangan natin ng Kaligtasan?

Ang Diyos ang lumikha ng Sanlibutan, naglakad kasama si Adan at Eba sa Halamanan. Si Adan ay nagkasala. Ang kasalanan ni Adan ang naghiwalay sa kanya sa Diyos at sa lahat ng kanyang mga salinlahi.

Ano ang Kaligtasan?

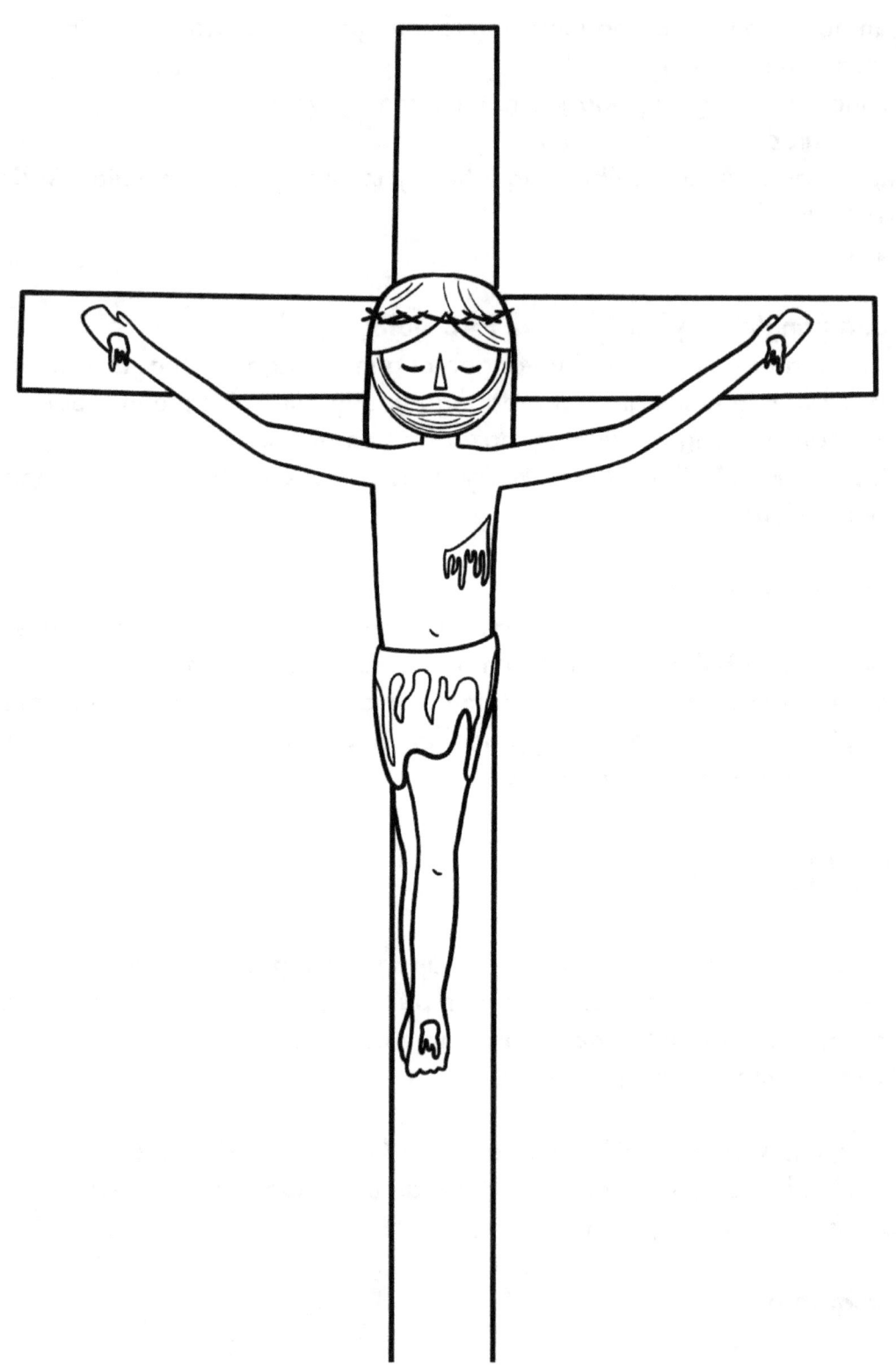

Si Hesus ay namatay para sa iyong kasalanan.

Humingi ka ng tawad sa Kanya. Hilingin mo na siya ang maghari sa puso mo.

Scripture memory: *Bibigyan ko rin naman kayo ng bagong puso, at lalagyan ko ang loob ninyo ng bagong diwa; at aking aalisin ang batong puso sa inyong katawan, at aking bibigyan kayo ng pusong laman. At aking ilalagay ang aking Espiritu sa loob ninyo, at palalakarin ko kayo ng ayon sa aking mga palatuntunan, at inyong iingatan ang aking mga kahatulan, at isasagawa. Ezekiel 36:26-27*

Kapag sinagot na ni Hesus ang iyong mga panalangin, ito ang mangyayari:

PUSONG KASALANAN

PUSO KASAMA SI HESUS

ANO ANG BAUTISMO SA TUBIG?

Ang bautismo sa tubig ay ang paglubog sa tubig ng isang mananampalataya, na sinisimbulo ng pagkamatay ni Hesus at pag-ahon sa tubig na may panibagong buhay. Sa Bautismo sa Tubig, sinabi ni Hesus kay Satanas, "Hindi ka na magkakaroon ng kapangyarihan sa pagpigil o pagkontrol sa kanila. Paglubog nila sa tubig kasama ako, ang lahat na meron sila na galing sa'yo ay mawawala na." Aahon ka sa tubig na iyon na may bagong buhay na, aahon ka na isang bagong nilalang, at aahon ka na **anak ng Diyos.**

Samahan si Hesus sa paglilibing gamit ang Bautismo sa Tubig:
-Sumisira sa DNA – (ang likas na kasalanan) ni Adam.
- Pumapalit sa DNA – (ang bagong kalikasan) ni Hesukristo.

Nang dahil sa Bautismo sa Tubig hindi na tayo alipin ng kasalanan, ngunit mga alagad na makatwiran. Binigyan na tayo ng Diyos ng kasagutan.

SINO ANG BANAL NA ESPIRITU?

Ang ating Diyos ay may tatlong persona, ngunit iisang Diyos. Ang Ama, si Hesus na Kanyang anak at ang Banal na Espiritu.
Ang Banal na Espiritu ang abala sa paggawa sa buong mundo at pagsulat sa Bibliya.

Ang Banal na Espiritu ang tagapagturo sa mga tao tungkol sa Diyos. Aalagaan at tutulungan ka Niya kapag malungkot ka.

Nais ng Banal na Espiritung tumulong kung hihingi ka ng tulong sa Kanya.

ANO ANG BAUTISMO SA BANAL NA ESPIRITU?

Pagkatapos mamatay ni Hesus, Siya ay namatay sa loob ng tatlong araw, binuhay Siyang muli ng Kanyang Ama. At bumalik siya sa Langit upang makapiling ang Kanyang Ama. Bago bumalik sa Langit si Hesus, namalagi Siya sa lupa ng apatnapung araw kasama ang kanyang mga alagad. Ipinangako Niyang ipadadala Niya ang Banal na Espiritu sa kanila upang hindi sila mag-iisa.

Nang umalis ni Hesus, dumating ang Banal na Espiritu sa mga alagad ni Hesus na sama samang nananalangin, at binautismuhan sila ng Banal na Espiritu ng kapangyarihan at lakas ng loob. Iyon ay napakagandang karanasan. Nagsimula silang maghatid ng mga salita tungkol kay Hesus gamit ang mga salita na ni minsan ay hindi nila napag aralan at nagpagaling sila ng mga taong may sakit.

Hindi na sila natatakot o nag-iisa ngayon dahil sa Banal na Espiritu na dumating at nanahan sa kanikanilang mga buhay, na laging kasakasama nila. Ang pangako ni Hesus ay para din sa iyo! Makakamit mo rin ang Bautismo ng Banal na Espiritu kung hihilingin mo.

ANO ANG AKING GAGAWIN UPANG MALIGTAS?

Sabihin ang panalanging ito:
Mahal kong Hesus, alam kong ako ay nagkasala ; Pinili kong gawin ang mga bagay na hindi tama kahit alam kong maaari kong piliin ang tama. Nagsisisi ako sa mga kasalanan kong ginawa; nais ko at kailangan kong mabago ang buhay ko ngayon. Patawarin mo ako at ilagay mo sa akin ang bago mong puso at bagong espiritu . Pumasok ka at manahan sa aking puso magpasawalang hanggan. Hesus, punuin mo ang puso ko ng iyong pagmamahal at pagkahabag para iba at gabayan mo ako sa lahat ng oras sa buong buhay ko. Amen.

Ngayon, maghanap ka ng simbahan na naniniwala sa Salita ng Diyos, ang Bibliya. Tuklasin kung ano ang mga susunod na gagawin upang maging Kristiyano, sundan mo si Hesus, kilalanin mo Siya na iyong Hari, at mapasunod ng Kanyang Espiritu.

Paano natin iingatan ang napakagandang handog na ito?

I-alay ang buong oras kasama ng Diyos at ibang mga mananampalataya.

Lumakad sa Liwanag – ng katotohanan

Tanggapin ang nagawang kasalanan o mali.

Maglaan ng oras sa pagbabasa ng Bibliya

Manalangin araw-araw

MAGHANAP NG MGA ALAGAD

Ang mga Alagad ay mga mag-aaral ng isang guro.

Nang tinawag ni Hesus ang kanyang mga alagad, At sinabi nya sa kanila, Magsisunod kayo sa hulihan ko, at gagawin ko kayong mga mamamalakaya ng mga tao. Mateo 4:19.

Tinuruan sila ni Hesus kung paano Niya ginawa ang lahat, ang gamutin ang iba't ibang uri ng sakit, paalisin ang mga demonyo, at magsalita ng tungkol sa Kaharian sa Langit.

Bago bumalik si Hesus sa Langit, sinabihan Niya ang Kaniyang mga alagad na sabihin sa buong mundo ang magandang balita.

NGUNIT PAANO MO SUSUNDIN ANG DIYOS NA HINDI MO NAKIKITA?

Sundin ang Bibliya. Ito ang aklat ng tagubilin upang turuan tayo kung ano ang tama. Ito ang sulat ng Diyos para sa atin.

Sundin mo ang Banal na Espiritu ang nagbigay ng personal na gabay sa atin ngayon na nananahan na Siya sa ating kalooban.
Likas lang sa iyo ang marinig ang tinig ng Diyos at pangunahan ng Banal na Espiritu.

Mahal na mahal ng Diyos ang tao at hinayaan niyang mamatay si Hesus para sa atin. Nais Niyang malaman ng tao ang Kanyang mga salita at magkaroon ka ng mga alagad na maniniwala sa iyong mga sinabi.

Scripture Memory: *Dahil dito magsiyaon nga kayo, at gawin ninyong mga alagad ang lahat ng mga bansa, na sila'y inyong baustismuhan sa pangalan ng Ama at ng Anak at ng Espiritu Santo: Mateo 28:19, Mark 16:15-16.*

NATANGGAP MO SA WALANG BAYAD NA PARAAN.

IBIGAY MO NG WALANG KABAYARAN.

Scripture Memory: *Dahil dito magsiyaon nga kayo, at gawin ninyong mga alagad ang lahat ng mga bansa, na sila'y inyong baustismuhan sa pangalan ng Ama at ng Anak at ng Espiritu Santo:*

Na ituro ninyo sa kanila ang mga bagay na inutos ko sa inyo: at narito, ako'y sumasa inyong palagi, hanggang sa katapusan ng sanlibutan. Mateo 28:19

The Journey - Game Setup

YOU NEED:
- Number cards or Dice
- Bottle caps or other small objects – 1 per player

You can make it:

- Make 3 sets of cards, number them from 1-3. Or make paper dice - see pictures on opposite page.
- Place 1 small coin, bottle cap or other object on the start space – per player.

Object of the Game:

The first player to go from START to FINISH wins. You can only reach there by an exact count.

Game Play
On your turn a player must:
- Draw a card or roll the paper dice and move the amount of squares on the card
- If you reach the FINISH square and have too many moves you must move backward.
- Two or more players may stop on a square at the same time.
- The first player to get the bottle cap on the FINISH square wins the game!

How to make Paper Dice:
1. Photocopy this page - there are two die here to let you practice.
2. Cut the die out along its outside border.
3. Fold the die along each of the six sides (along the lines).
4. With small pieces of clear tape, tape each edge to another edge.
5. Roll the die to see if it works, then play the game!!

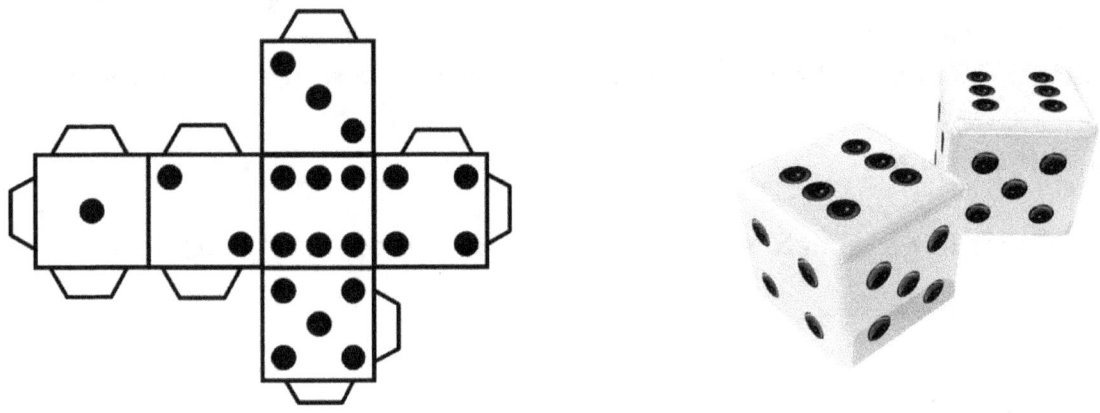

Make a copy of the cards and cur out 3 sets. Shuffle them and draw a card. Move the amount of spaces on the card.

www.ingramcontent.com/pod-product-compliance
Lightning Source LLC
Chambersburg PA
CBHW081759100526
44592CB00015B/2487